மேக்கெழுந்தமதி

பூப்பாண்டியன் முத்துச்செல்வம்

டிஸ்கவரி பப்ளிகேஷன்ஸ்

எண்: 9, பிளாட் எண்: 1080A, ரோஹிணி பிளாட்ஸ்
முனுசாமி சாலை, கே.கே.நகர் மேற்கு,
சென்னை - 600 078. பேச: 99404 46650

வெளியீட்டு எண்: 0313

மேக்கெழுந்தமதி (கவிதை),
ஆசிரியர்: பூப்பாண்டியன் முத்துச்செல்வம்©
Mekezhunthamathi (Poem),
Author: **Poopandian Muthuchelvam** ©
Print in India
1st Edition: June - 2024
ISBN: 978-81-19541-32-4
Pages - 108

Publisher • Sales Rights

Discovery Publications
No. 9, Plot,1080A, Rohini Flats,
Munusamy Salai,
K.K.Nagar West, Chennai - 78.
Tamilnadu, India.
Mobile: +91 99404 46650

Discovery Book Palace (P) Ltd
No. 1055-B, Munusamy Salai,
K.K.Nagar West,
Chennai-600 078.
Ph: (044) 4855 7525
Mobile: +91 87545 07070

discoverybookpalace@gmail.com / www.discoverybookpalace.com

இந்த நூலில் பிரசுரமாகியுள்ள எந்த ஒரு பகுதியையும் எழுத்துபூர்வமான முன்அனுமதி பெறாமல் எடுத்தாள்வதோ, மறுபிரசுரம் செய்வதோ, மொழியாக்கம் செய்வதோ, ஊடகங்களில் மறுபதிப்புச் செய்வதோ, காப்புரிமைச் சட்டப்படி தடை செய்யப்பட்டுள்ளது. இந்த நூலிலிருந்து சில பகுதிகளை மேற்கோள்காட்டி நூல்அறிமுகம் செய்யலாம்.

உங்கள் மொபைல் போனிலிருந்து ஸ்கேன் செய்து 'டிஸ்கவரி புக் பேலஸ்' மொபைல் ஆப்பை டவுன்லோடு செய்து, புத்தகங்களை வாங்குங்கள்.

சமர்ப்பணம்

என் தெய்வசுந்தரிக்கு

உங்களோடு ஒரு நிமிடம்.....

மொழியோடு பிறந்து
மொழிவதால்
இணைந்த
செந்தமிழ் சொந்தங்களே வணக்கம்....

கற்கால தமிழர்களின் கரங்களில் கோட்டோவியமாக தவழ்ந்த தமிழ் தற்கால தமிழர்களின் கையடக்க கணினியில் உயர்ந்து நிற்பதை போல...

எந்தப் பொறி பற்றி எப்போது புகைந்து எப்படி கனன்று என்னுள் பரவியது என் இலக்கியத் தமிழ் என்பது ஆராய்ந்தும் அறிய இயலாத அற்புதம்.....

எதனைத் தேடுகிறோம் எங்கே போகிறோம் என தெரியாமலே எல்லோரையும் விட்டு நள்ளிரவில் வெளியேறிய சித்தார்த்தனை போல நேரம் காலம் அறியாமல் என் தமிழும் வெறிகொண்டு வெளியேறி அலைகிறது

எங்கே இருக்கிறது என் போதி....?

ஞானம் எப்போது....?

சமகால வாழ்வியலை சந்ததியருக்கு கடத்தும் சங்க நூல்களைப் போல மேக்கெழுந்த மதியும் மொழியும், இரவுப் பொழுதில் கிராமத்தில் இருந்து நகரத்தை நோக்கி தன்னந்தனியே காட்டு வழியே போகும் ஒருவன் பாடும் நயமிக்க நாட்டுப்புறப் பாடலைப் போலத்தான் இதுவும் ,மேயும் மாடுகளை மேற்பார்வை செய்யும் சிறுவன் விரல்கள் விளையாடும் குழலின் கீதம் எல்லோருக்குமானதுதான் வயிற்றுச் சுருக்கம் தீர வாய்க்கால் நீர் பருகி சேற்று வயல் இறங்கி உற்பத்தி செய்வதெல்லாம் எங்கோ இருக்கும் ஒருவன் இரைப்பை நிறைக்கத்தான் மேக்கெழுந்த மதி அத்தனையும் செய்யும். நன்றி...

அன்புடன்
பூப்பாண்டியன் முத்துச்செல்வம்
ஆப்பனூர்
9003528508

அணிந்துரை

என் உயிர்க்கினிய தம்பி கவிஞர் மு.பூப்பாண்டியன் எழுதிய 'மேக்கெழுந்தமதி' என்னும் கவிதை நூலைப் படித்தேன்.

'மனிதனாக இருந்தால் போராட வேண்டும், இல்லை யென்றால் காதலிக்கத் தெரிய வேண்டும்' என்ற மாமேதை காரல் மார்க்சின் கருத்திற்கேற்பவும், 'காதலினால் மானுடர்க்கு இன்பமுண்டாம், ஆதலினால் பூதலத்தீர் காதல் செய்வீர்' என்ற பெரும் புலவன் நம்பெரும்பாட்டன் பாரதியின் பாட்டு வரிகளுக்கு ஒப்ப, தம்பி பூப்பாண்டியினின் காதல் கண்மாய்க்கரையில் கருங்குயிலாய்க் கூவியும், நன்செய் வயலில் விளைந்த நெல்மணிகளை வேட்டையாடப் புகுந்த வண்ண மயில்களாகச் சிறகடித்தும், களத்து மேட்டில் பூத்திருக்கும் காட்டுமல்லியாகவும், வரப்பில் பூத்திருக்கும் மஞ்சள் வண்ண ஆவாரம்பூவாகவும் பூத்துக் குலுங்குகிறது. தமக்கே உரிய உலகியல் வழக்கும், வட்டார வழக்கும் கொஞ்சிக்குழைத்து உள்ளத்தில் உள்ள காதலை உரைப்பா புதுப்பா வடிவிலும் இசைப்பா வடிவிலும் பாலுடன் தேன் கலந்தாற்போன்று வடித்திருக்கும் தம்பியின் படைப்பில், உழவர்களின் வாழ்க்கை நிலையை காதல் பாட்டில் பொட்டுவைத்தாற்போன்று தொட்டு வைத்திருக்கின்றான். இதோ அவன்,

'ராவெல்லாம் மழை பேய...
தவளையெல்லாம் கூடிப் பேச,
'கொக்கரக்கோ' கேட்டதுமே
கருக்கலுல எந்துருச்சு...
புளிச்ச தண்ணி குடிச்சுப்புட்டு
வாமடைய வெட்டிவிட

மம்பட்டியோட .. எங்கப்பா...
தூத்துக்குடி கம்மாயப் பாத்து
வேப்பங்குளம் வரப்பேறி....
போருக்குப் போற சிப்பாய் மாதிரி
மிடுக்கான நடையோட...
கட்டிக்கொடுத்த பொண்ணைப்பாக்கப் போற
தகப்பனப் போல சந்தோச முகத்தோட
நடந்துபோனப்ப,
கூடப் போன நான் கேட்டேன்...
'வருசம் வருசம்'
பஞ்சமாபோகுது...
கடினப்பட்டதெல்லாம் வீணாபோகுது....
அப்புறமும் ஏம்பா வெவசாயம் பண்றீங்கனு
அப்பவே நான் கொஞ்சம் விவரம்...
லாவ நட்டக்கணக்கு பாக்க...
விவசாயி ஒண்ணும் வியாபாரியில்ல...
விவசாயம்கிறது ஊருக்கு சோறு போடுறது
தர்மம்(பிச்சை) செய்யுறது மாதிரி,
அழுதுக்கிட்டே இருந்தாலும்
உழுதுக்கிட்டே இருக்கணுன்னு
எப்பவும் எங்கப்பா சொல்வாரு,
அதைத்தான் நாஞ்செய்றேன் னு
எங்கப்பா சொன்னமாதிரி
உழுதுக்கிட்டே இருக்கிறவங்கல்லாம் – இன்னும்
அழுதுக்கிட்டுத்தான் இருக்குறாங்க
இந்த ---
விவசாய
தேசத்துல வெட்கமாகத்தான் இருக்கு எனக்கு.
உங்களுக்கு..?'

என்ற கவிதையில் விவசாயி மக்களின் வாழ்க்கையை இந்தத் தேசம் வைத்திருப்பதை எண்ணி நகைக்கின்றான். நாட்டின் முதுகெலும்பு என்று வாயுரை மட்டுமே பேசும் சுரண்டல் அரசுகளால் உழவர் குடிமக்களுக்கு எந்தப் பயனும் இல்லை கடன்தொல்லையால் விவசாயிகள் தற்கொலை என்ற நிலையே தொடர்கின்றது, இதை மாற்ற வேண்டும் என்ற பெருங்கனவில்தான் நாம் மாற்று அரசியலைக் கையில் எடுத்திருக்கின்றோம்.

'நிமிர்ந்தால் உன் வீடு
பார்த்ததெல்லாம் உன் முகம்
மின்னல்கள் மோதியதில்
பற்றிக்கொண்டது நந்தவனம்,
என் பார்வையின் பொருள்
புரிந்தது உனக்கும்'

என்று காதல் கவிதைகளை புதுக்கவிதை வானத்தில் பறக்க விட்டு, தென்பாண்டி மறவனாய் இலக்கியக் களத்தில் காதல் கணைகளை வீசியிருக்கின்றான் தம்பி பூப்பாண்டி, உழைக்கும் வகுப்பில் இருந்து உருவான என் தம்பியின் கவிதைகள் வெல்லும்; படிப்போர் நெஞ்சை அள்ளும். பாராட்டுகின்றேன்! வாழ்த்துகின்றேன்! தம்பியின் பணி தொடரட்டும்.

செந்தமிழன் சீமான்

தலைமை ஒருங்கிணைப்பாளர்

நாம் தமிழர் கட்சி

முன்னுரை

புதியனவற்றை படைக்கும் பாங்கே படைப்பு. படைப்பாளன் தன் மனவோட்டங்களை நுண்ணுதின் உணர்ந்து சிறுகதை, புதினம் கவிதை எனும் வடிவங்களில் வெளிக்கொணர்வதே படைப்பிலக்கியமாகும். படைப் போனின் உணர்வுகளை படிப்போனிடத்தில் கொண்டு சேர்ப்பதே சிறந்த நூல். வாசகரிடத்தில் பெரும் விருப்ப மும் ஆர்வமும் தூண்டும் இலக்கிய படிவமாக கவிதை இலக்கியம் திகழ்கிறது.

'மேக்கெழுந்த மதி' எனும் இந்நூல் காதல், சமூகம், தனிமை நிலை, பெண்கள் சமூகத்தில்

சந்திக்கும் இன்னல்கள் எனப் பல தளங்களில் நடை பெறுகிறது. இந்நூலின் தொடக்க கவிதையாகிய ‘தேடாதே’ எனும் கவிதை நிலவினைப் பெண்ணாக உருவகித்து. தலைவன், தலைவி எனும் பாங்கின மையமிட்ட சங்க அகவுணர்வினைத் காட்சிப்படுத்துகிறது.

இராமநாதபுரப் பகுதிகளுக்கே உரியதான வட்டார வழக்குச் சொற்கள் இக்கவிதைத் தொகுப்பில் நிரம்பி வழிகின்றன. “வாமடை” எனும் கவிதை உழுதவனின் பாடு ஊருக்கு கொண்டாட்டம் என்பது போல விவசாயினுடைய வாழ்க்கை இலாபநட்டம் பார்க்கும் வியாபாரியின் வாழ்க்கை போன்றது அல்ல, அது தர்ம வாழ்க்கை என்பதை வெளிப்படுத்துகிறது.

வறுமையுற்ற குடும்பத்தில் பிறந்த பெண் சமூகத்தில் சந்திக்கும் இன்னல்களை "சேத்துல தாமர" எனும் கவிதை வெளிகாட்டுகிறது. பருவ வயது எய்தியும் குடும்பச் சூழலால் திருமணம் முடியாத பெண், தன் பருவத்தினும் குடும்ப முன்னேற்றமே வேண்டும் எனும் மனநிலையில் விறகு வெட்டச் செல்லும் அழகினை கடலாடி பகுதியின் வழக்குச் சொற்களால் வண்ணம் தீட்டியுள்ளது.

மானுடர் அனைவரும் திரும்பச் சந்திக்க விரும்பும் பருவம் பள்ளிப் பருவ நிலையாகும். படிப்போரின் பள்ளிச் சூழலை நினைவூட்டுவதாக 'முதுகுளத்தூர்ல' எனும் கவிதை திகழ்கிறது. பள்ளிப் பருவ வாழ்க்கையில் அனைவரும் சந்திக்கும் ஓர் உணர்வுள்ள பாத்திரம் ஐஸ்காரர் என்பது. இக்கவிதை ஐஸ்காரரின் தோற்றத்தை கண்முன் நிறுத்தி நினைவலைகளுக்கும் அழைத்துச் செல்கிறது.

மேக்கெழுந்தமதி என்னும் இந்நூலின் ஆசிரியர் மு.பூப்பாண்டியன் மிகச் சிறப்பாக இந்தக் கவிதை நூலினைப் படைத்துள்ளார். இவர் இது போன்ற மேலும் சிறந்த பல படைப்புகளை உருவாக்கி தமிழ் இலக்கியத்திற்கு வளம் சேர்க்க என் மார்ந்த வாழ்த்துக் களைத் தெரிவித்துக்கொள்கிறேன்.

(பேரா வை. இராமராஜபாண்டியன்)

ராமராஜ் பாண்டியன்
துறைத் தலைவர்
தமிழ் இயல்புலம்
இக்கால இலக்கியத்துறை
மதுரை காமராஜர் பல்கலைக்கழகம்

உள்ளடக்கம்

1.	தேடாதே...	13
2.	கருப்பு ஜூலையும் நெருப்பு ஈழமும்	15
3.	வெக்கமா போச்சு....	19
4.	வாமடை	23
5.	காற்றோடு பேசு..	25
6.	சேத்துல தாமர...	31
7.	முதுகுளத்தூர்ல...	35
8.	சட்டத்துக்காவலரே.....	39
9.	அது ஒரு நிலவில்லா இரவு....	43
10.	சூழ்ச்சி.....?	47
11.	ஏரிக்கரைக் காத்தே....	51
12.	யம்மா....	55
13.	ஒத்த ருவா	59
14.	என்னோடு கலந்துவிடு..	63
15.	நினைவுப்படுத்தட்டுமா....?	67
16.	என் மனசுக் குள்ள....	71
17.	உன் விழிகள்..	77
18.	வாழ்த்துக்கள்	79
19.	வருமானம்...	84
20.	ஏலே... கடவுளே...	89
21.	கோடிப்படை உனக்கு...	93
22.	எப்ப வரப் போற...?	96
23.	இப்படியும் சிலர்...	100
24.	நீயே... வா... நதியே...	103
25.	பதினேழு வருசம்....	105

1. தேடாதே...

வெட்கம் எதற்கு?
மூடாதே முகத்தை...

நள்ளிரவு ஒரு மணிக்கு
நடு வீதிக்கு ஏன் வந்தாய்...?
நான் விழித்திருப்பேனென்று
தெரியுமா உனக்கு...?

யார் பார்த்தால் என்னவென
என்னைத் தேடி வந்து விட்டாயே..
வைரம் பதித்த வெள்ளி நகைகளோடு...?
தேசத்தந்தை கண்ட கனா
பலித்து விட்டதா என்ன?

என்ன செய்கிறான் இவனென
என்னை உளவு பார்க்க யாரும்
உன்னை அனுப்பினார்களா...?
சொல்...

என்னை அணைத்து
இதழோடு இதழ் பதித்து
எப்போதும் சேர்ந்திருப்பேன் உன்னோடு
எனச் சொன்ன
அவளே என் நினைவின்றி
அந்நியன் மார்பில் முகம் பதித்து
உறங்கிக் கொண்டிருக்கும் இந்த வேளையில்...

உனக்கென்ன அக்கறை
சொல்லடி நிலவுப் பெண்ணே...!
வான வீதியில்
வந்து பார்க்கிறாய்...
○

2. கருப்பு ஜூலையும் நெருப்பு ஈழமும்

"ஜெயவேவா ஜெயவேவா" வென
விண்ணதிரக் கோசம் கேட்க
விடுமுறை நாளதில் விழித்த கொழும்பு நகரம்
காடயர்கள் கரங்களில் கத்திகளும் பொல்லுகளும்
கண்டு நடுங்கித்தான் போனது....

"அய்யோ... அம்மா..." வென
அழுகுரல் மட்டும்
அன்னைத் தமிழில் அலறின

பொரளையில் தொடங்கி
கல்கிசைக் கடல் வரை பரவின
எரிந்து சாம்பலான எங்கள் சொத்தின் மிச்சப் புகை

வாளேந்தி வன்மம் கொண்ட
புத்தப் பிக்குகளைக் கண்டு
புத்தனே தலை கவிழ்ந்த நாள் அன்று

அங்காடிகள் நொறுக்கி அவசரமாய் சூறை
பெண்களைக் கற்பழித்துக் கழுத்தறுத்துக் கொலை
எரிகிற வீட்டில் எம்முடைய
எல்லாவற்றையும் பிடுங்கினார்கள்
பெரும்பான்மைப் பிச்சைக்காரர்கள்
ட்ரக்குகளில் வீரர்கள் பெட்ரோலை விநியோகிக்க
இரண்டாவது முறையாய் எரிந்தது இலங்கை

அகிம்சை பேசிய நாவை அணைத்திருந்த புத்தனின் பல்
தமிழனை மட்டும் அங்கு தாறுமாறாய்க் கடித்தது

பூப்பாண்டியன் முத்துச்செல்வம் | 15

சிறைக்குள்ளும் பிணம் எண்ணி
பெருமை கொண்டது பேரினவாதப் பேயரசு
காயாத உதிரம் படிந்த பெட்டிகளில்
எம்பெண்டுகளின் தங்க அணிகள்
சிங்களர் கைகளில் சிக்கி வடித்தன கண்ணீர்
தோசைக்குப் பெயர் போன
பம்பலப்பிட்டி சரஸ்வதி லாட்ஜ்
உடைத்து நொறுக்கி உரிமையாளர் தாக்கப்பட

யாழ் முதல் கொழும்பு வரும்
பிள்ளையார் ஸ்டோர்ஸ் பேருந்து
பயணிகளோடு எரிக்கப்பட்டது

மூவாயிரமிருக்கும்...
ஆணும் பெண்ணும் அழகுக்குழந்தைகளும்
கொல்லப்பட
என்ன சுகம் கண்டீர்கள் இன்றும் இனவாதம் பேசும்
சிங்கள
நாய்களே....?

ஆண்ட இரு இனத்தை ஒன்றாக்கிய வெள்ளையன்
ஆட்சியை அவர்களிடம் கொடுத்து விட்டுப் போக
பேரினவாதம் பெரிது கொள்ள

நாயை விடக் கேவலமாய் நம்மை நடத்துவதா...?.
வெகுண்டெழுந்த தமிழினம் ஆயுதம் தூக்க

அந்த ஆடி சனிக்கிழமை
திருநெல்வேலித் தாக்குதலில்
செல்லக்கிளியைப் பலி கொடுத்து
பதிமூன்று படை வீரர் கொல்லப்பட
பற்றிப் பெருகியது இனவெறித்தீ...

வீரர்க்கிடை சண்டையென்றால்
ஆயுதம் கொண்டு அப்பாவிகளைக் கொல்வதா...?
தமிழன் அந்தப் பேடித்தனத்தை தவறியும் செய்வதில்லை
அவர்கள் செய்தார்கள்

சிங்கத்தின் கையில் கத்தி கொடுத்த
சுய வலிமையில்லாக் கோழைகள்
மாறாத வடு.....
மக்கள் மனதில் வலி...

தனிநாடு கோரிக்கையை வெள்ளையனிடம்
வைத்திருந்தால்
நாற்பத்து எட்டிலேயே மலர்ந்திருக்கும் ஈழம்

அன்னியனிடம் பெற்ற அதே சுதந்திரத்தை
சொந்த மண்ணில் அடுத்தவனிடமும் பெறப் போராடியது
மிகப் பெரும் ஈனம்

இருந்தாலும்...
இக்கட்டு நிறைந்தாலும்..
என்றாவது மீட்போம்
எங்கள் ஈழத்தை...
O

3. வெக்கமா போச்சு....

இங்கிலீசுங்கிறது அறிவில்ல...
மொழிதாங்கிற மாதிரி
நெறத்துல இல்ல அழகுன்றது
அவளப் பாத்தப்ப தான் தெரிஞ்சது...

அந்தப் புள்ள கருப்புத்தான்
அரியநாச்சி செல மாதிரி
எப்பவும் சிரிச்ச முகமா.... கலையா....

இந்தக் காட்டுப் பய வாழ்க்கையில
அந்தக் கன்னிப் பொண்ணு கலந்துட்டா எங்
குடிசை வீடு கோயிலு தானே
ஆசப்பட்டேன் நெஞ்சுக்குள்ளே...

அப்பனாத்தா இல்லாத அனாத...
பொண்ணு கேட்டுப் போகக் கூட
பொறுப்பானவங்க இல்லாத பொச கெட்ட பய
சம்பளத்துக்கு மாடு மேக்கிறேன் என்
சபலத்த என்ன செய்ய ...?

பாக்க ராணின்னாலும்...
அந்தப்புள்ளயும் என்னை மாதிரிதான்
அம்மா இருக்குறாங்க,
பக்கத்துத் தெருப் புள்ள
பாத்துருக்கேன் பேசுன தில்ல...

அன்னிக்கி கூட
கல்லோடை காட்டுப் பக்கம்
மேயவிட்டுருந்தேன் மாடுகள...
அவளும் வந்திருந்தா... வெறகொடிக்க
அன்பா ஒரு வார்த்த அவகிட்ட பேச
அடிநாக்கு முனுமுனுங்க

பக்கத்துல போனேன்.....
ஒத்தையில தலைய ஒயத்திப்
பாத்தவ முகத்துல மானு ஒன்னு
மருண்டு முழிக்குது
திரும்பி வந்துட்டேன்...

மூணு நாளு முன்னாடி கூட
தண்ணி எடுக்க தனியா வந்தா
ஒளிஞ்சு யாருக்கும் தெரியாம
ஊத்துப் பக்கம் போயி நின்னேன்
என்னவேணும்னு ஈனத்துல கேக்குறா

தாகம்னு சொல்ல.
ஊத்த குடிச்சுட்டு வந்தேன்

எம் மனச அவகிட்ட சொல்லியே தீரணும்
இன்னிக்கி விடிய விடிய
முழிச்சுக் கெடந்து...
விடிஞ்சதும் கோலம் போட
முத்தத்துக்கு வருவா...
மஞ்ச நெறப் பாசிமாலை
அவளுக்குப் பொருத்தமாயிருக்கும்
ஒத்திக மாதிரி அவ கழுத்துல போட்டுச் சொல்லிர
வேண்டியதுதான்

காதல...
பள்ளிவாசல்ல மணி
பன்னண்டு அடிச்சுச்சு....
ரெடியாயிட்டேன்....
நல்ல இருட்டு அம்மாசிபோல...
அவ வீட்டுக்குப் பக்கத்துல
குத்த வச்சு ஒக்காந்தேன்.

நாசத்துக்குப் பெறந்த பனி
இப்படியா பேயணும்
கைலிய இழுத்து தலை மூடி
காத்திருந்தேன் வருவான்னு...

போகவே மாட்டேங்குது நேரம்
தடக்கு தடக்குனு கெடிகாரம் ஒன்னு
எம்மனசுக்குள்ள துடிக்குது
யப்பா..........

கொக்கரக்கோன்னு எங்கியோ
கோழி கூவுச்சு...
கரண்டு இல்ல போல,
பள்ளிவாசல்ல நாலு மணி அடிக்கிறது கொறச்சலா
கேட்டுச்சு...

அவ வீட்டுக் கதவு திறக்குற சத்தம் ...
கைலி கட்டி தயாராயிட்டேன்....
பாசிமாலை கையில புடிச்சுக்கிட்டேன்
கைப் பத்தி வெளிச்சத்துல கோலமாவோட வந்தா....
அந்த நேரத்துலயும் குளிச்சு
துண்டோட கொண்ட போட்டு...

புள்ளி வக்கிறவ முன்னாடி
புலி மாதிரி போயி நின்னேன்,
புரிஞ்சு அதிர்ச்சியில் எழுந்தவ.....
கை நழுவி லைட்டு விழ திரும்பி
உள்ளோட நெனச்சவள
எட்டிக் கைப்பிடிக்க நெனச்சு
எடுத்து வச்சேன் கால இருட்டுல
கருத்த நாயி ஒன்னு
படுத்திருந்தது தெரியாம வாலமிதிக்க...

"லொப்" பென கொளச்சு கடிச்சதுல
எத எங்கே போட்ட முன்னு தெரியாம்
பயத்துல கிறுகிறுத்து
மெரண்டோடிப் போனேன்.

நல்லா விடிஞ்சதும் தர்மாஸ்பத்திரியில
வெள்ளத் துணிக் கட்டும்...
வெச ஊசியும் போட்டு வலி தாங்க முடியாம,
கிந்திகிந்தி நடந்து வர்ர்ர்ரேன்...
எதுத்தாப்ல வந்தவ எகத்தாளமா
என்னைப் பாத்து நமட்டிச் சிரிக்கிறா....
வெக்கமா போச்சு....

அப்பத்தான் பாத்தேன்
அந்தப் புள்ள கழுத்துக்கு
மஞ்சப் பாசிமாலை நல்லாத்தானிருக்கு
○

4. வாமடை

ராவெல்லாம் மழை பேய...
தவளையெல்லாம் கூடிப் பேச,
"கொக்கரக்கோ" கேட்டதுமே
கருக்கலுல எந்துருச்சு...
புளிச்ச தண்ணி குடிச்சுப்புட்டு
வாமடைய வெட்டி விட
மம்பட்டியோட எங்கப்பா...

தூத்துக்குடி கம்மாயப் பாத்து
வேப்பங்குளம் வரப் பேறி...
போருக்குப் போற சிப்பாய் மாதிரி
மிடுக்கான நடையோட...
கட்டிக் கொடுத்த பொண்ணப் பாக்கப் போற
தகப்பனப் போல சந்தோசமுகத்தோட
நடந்து போனப்ப,

கூடப் போன நாங் கேட்டேன்...
"வருசம் வருசம்
பஞ்சமா போகுது..
கஷ்டப்பட்டதெல்லாம் வீணா போகுது..
அப்புறமும் ஏம்பா வெவசாயம் பண்றீங்க" னு
அப்பவே நான் கொஞ்சம் விவரம்....

"லாவ நட்டக் கணக்கு பாக்க....
விவசாயி ஒண்ணும் வியாவாரியில்ல...
விவசாயம்ங்கிறது ஊருக்கு சோறு போடுறது
தர்மம் (பிச்சை) செய்யுறது மாதிரி.
அழுதுக்கிட்டே இருந்தாலும்
உழுதுக்கிட்டே இருக்கணுன்னு
எப்பவும் எங்கப்பா சொல்வாரு
அதத்தான் நாஞ் செய்றேன்" னு

எங்கப்பா சொன்ன மாதிரி
உழுதுக்கிட்டே இருக்கிறவங்கல்லாம் இன்னும்
அழுதுக்கிட்டுத்தான் இருக்குறாங்க
இந்த....... விவசாய........ தேசத்துல..,

வெக்கமாத்தான் இருக்கு எனக்கு,
உங்களுக்கு......?
O

5. காற்றோடு பேசு..

அண்ணன் தம்பி இருவருக்கும்
இளையவள் நீ...
முட்களுக்கு நடுவே
மலருமே ரோஜா அது மாதிரி....

மதுரை மாநகரத்து
மாட வீதிகளில் ஒன்றில்
பரம்பரையாய் வாழ்ந்த
மங்கம்மாள் காலத்து
மதில் சுவர் கொண்ட
எங்கள் வீட்டின் எதிர் வீட்டில்
உங்கள் குடும்பம் வந்த பிறகு
எங்கள் வீட்டு வேப்ப மரத்தில் கூட
மல்லிகை பூத்தது...!

உனக்குத் தெரியாது
எத்தனை என் வயதுக்காரர்கள்
என்னைப் பார்த்து
சாம்பலானார்கள் என்று...

உன்னைப் பார்த்த பிறகுதான்
பாழடைந்த கோவிலில்
எண்ணை விளக்கு ஏற்றியது போல
என் இதயத்தில் ஒளிபுகுந்தது,

நிமிர்ந்தால் உன் வீடு
பார்த்ததெல்லாம் உன் முகம்
மின்னல்கள் மோதியதில்
பற்றிக் கொண்டது நந்தவனம்,
என் பார்வையின் பொருள்
புரிந்தது உனக்கும்...
ஆற்றில் அழகர் இறங்கும்
அந்த நாள் இரவில்
என் வானில் இரண்டு நிலா...

வண்டியூர்...
பச்சைப் பட்டுடுத்தி - அழகர்
மண்டபத்தில் தங்கச் செல்ல
கோவிந்தா கோசங்களின் நடுவே...
ஒரு மலருக்கு மலர் கொடுத்து
மனதைச் சொன்னேன்....

வரவேற்றாய்...
வாங்கிக் கொண்டாய்...
முகம் சிவக்க சூடிக் கொண்டாய்...

எப்படித் தெரிந்தது உன்
அண்ணன் மூத்தவனுக்கு...?

ஓங்கி அடித்திருப்பான்....
உன்னையும் என்னையும் ஏசியிருப்பான்....

கல்லூரி வேண்டாம்
வாசல் தாண்டக்கூடாது சொல்லியிருப்பான்,
அறைக்குள் சிறை வைத்திருப்பான்...

ஒரு வாரமாய் உன்னைத்தான்
காணவில்லையே.....

தடுப்போரை அடித்து
கதவுகளை உடைத்து
காதலோடு கரம் சேர
நொடிப்பொழுது போதும் எனக்கு,

நானோ....
ஆசிரியர் பட்டயம் முடித்து
அரசுத் தகுதித் தேர்வு
ஐந்து முறை எழுதித் தோற்று
அசிங்கப் பட்டுக் கொண்டிருப்பவன்.....

எல்லோருக்கும்
ஒரே பானையில்தான் சோறு _ அது
என் தட்டிற்கு வரும் போது மட்டும்
தண்டச்சோறாகிப் போகிறது.

கவலை விடு.
அடிமைப்பட்ட பாரதம் போல்
உன் வீட்டில் நீ...
ஆப்பிரிக்காவில் காந்தி மாதிரி
என் வீட்டில் நான்,

உனக்குத் தாலி கட்டி
வாங்கித் தருவேன் முழுச் சுதந்திரம்,
என் காதலுக்குச் சொல்லிக் கொண்டிரு
எப்போதும் வந்தே மாதரம்,

அதுவரை
ஒன்றாகிவிட்ட இதயத்திற்கு
ஊடகம் தேவையில்லை,
காற்றோடு பேசு கட்டாயம் அது என்
காதைச் சேரும்
○

6. சேத்துல தாமர...

பத்து மாதம் செமந்து அம்மா
பெத்தது மாதிரி தெரியல அவள,
தங்கக் கல்லெடுத்து தட்டான்
தட்டித் தட்டி செதுக்கியிருக்கான்யா..

தூத்துக்குடியில முத்துக் குளிக்கிறவன்
சிரமமில்லாம சேகரிச்சுக்குவான்
அவ சிரிச்சா செதறும் யா...!

வெளங்காத இந்த
வெயில் பூமியில
பொறக்குற புள்ள இல்ல,
காஷ்மீர் ஆப்பிள்யா அவ..!

சேத்துல தாமர
சிரிக்கிற மாதிரி
பச்சரத்தம் குடிக்கிற
பழிகார சாதியில
பொறந்து தொலைச்சுட்டாளே...

கடலாடி பக்கத்துல ஒரு
காட்டுப் பய ஊரு
பயமக்க....
பாக்கத்தான் மொரடு
பாசத்துல பச்ச மரம் ...

அனா ஆவன்னா யெழுத
பள்ளிக்கூடம் போயி
பெஞ்ச குச்சி எடுக்குதோ இல்லையோ.
அம்மா வயித்துல
அருவா புடிக்கிறதயும்
முள்ளு குத்தாம கருவ வெட்டுறதயும்
கத்துக்கிட்டுத்தான் பொறக்கும்
ஒவ்வொரு உசுரும்,

அதுக்குனே பொறந்த
அற்புதப் பெறவி மாதிரி.
ஓங்கி எறங்குற அருவாளக் கண்டு
துள்ளிக் குதிக்கும் கருனை குச்சி...

அக்கினி வெயிலடிக்க
அத்து வானக் காட்டுல
அந்தப் புள்ளயும்
அருவா புடிச்சு வெட்டுறா....
பாக்குற கண்ணுதுடிக்கும்
மனசு வெடிக்கும்....

உச்சந்தலையில் வேர்த்த தண்ணி
ஊசிநாசி வழியா உதட்டுல எறங்க.
ஊதிக்கிட்டே வெட்டுறாயா....
உஷ்சு... உஷ்... சுனு.

பாதகத்தி மக
பொறந்த பத்து நாள்ள
பெத்தவ செத்துப் போக
அப்பனே ஆத்தாளாக

அவனுக்கும் இவளே தாயாக
வளந்து வந்தா மலைச் சவுக்கா..

எல்லாம் எழந்து போன
ஏமாத்தம் தாளாம
அப்பனும் குடியும் கூட்டாளியாக..
இவளோட சம்பாத்தியந் தான்
ரெண்டு வயித்த நெறைக்கும்.

அந்தக் கூர வீட்டுக்குள்ள
கோமேதகச் செல அவளத்தவிர...
எடுத்துப் போக எதுவுமில்ல அதனால
அந்த வீட்டுக்குக் கதவு மில்ல...

வர்ர ஆவணி வந்தா
வயசு முப்பத் தஞ்சு முடிஞ்சு போச்சு....

எல்லோரையும் போல
அவளுக்கும்
நடக்குங்கிற நெனப்பு நேத்து வரைக்கும் இருந்துச்சு....

விடிகாலையில தான் பாத்தா
முகம் பாக்குற கண்ணாடியில
மனசு மாறுற மனுசங்கெ மாதிரி திடீர்னு
ரெண்டு முடி நெறம் மாறியிருக்கு....

இதுவரைக்கும் வராதவனா
இனிமே வரப் போறான்,

உலோகத்துக்குக் குடுக்குற மதிப்ப
உயிருள்ள மனுசிக்குக் கொடுக்காத பாவிப் பயலுக
வச்சுக்கிறேன்னு சொல்லி
வாயக் காட்டுவாங்கெ...!

விருந்துல விரிக்கிற
இலை மாதிரி பொண்ணுகள
இன்னும் எத்தனை நாளைக்குப்
பயன்படுத்தி எறிவாங்கெ...

வெட்டுடி தாயி வெறக ....
வேக வேகமா...
அதுல உன்னோட
இளமையும் தாகமும்
கரைஞ்சு ஓடட்டும் வேர்வையோட...
O

7. முதுகுளத்தூர்ல...

ஐசுகூல் வாசல்ல...
ஐசுவிக்கிற அறுவது வயசு
பெருசுதான் சாகுலு....
குச்சிஐசு மேல குல்பிஐசு
வச்சது மாதிரி உருவம்,

இடுப்புக் கைலிய
இறுக்கிக் கட்டத் தெரியாம
இழுத்துக்கிட்டேத் திரியுற மனுசன்...
சட்டையிலப் பித்தான
போட்ட தேயில்ல,

ஆறாப்புப்படிக்கிற பய கூட
அந்தாள
பேரச் சொல்லித்தான் கூப்புடுவான்
பச்சப்புள்ள மாதிரி
மஞ்சள் படந்த பல் தெரிய
"என்னப்பா"னு
சிரிச்சுக்கிட்டேக் கேப்பாரு

ரெண்டுப் பொண்டாட்டி அவருக்கு

அதே வாசல்ல
அடுப்புக் கூட்டி
சீடை இனிப்புப் பூரி போண்டானு
வகுப்பெல்லாம் வலம் வர்ர வாசம்
பசியத் தூண்டிப் பசங்களக் கூப்புடச்
சுட்டு விக்கிறது அதுகப் பொழப்பு..

சிரிச்சுப் பேசிக்குங்க ரெண்டும்.
சில நேரம் குடுமிப் புடி...
வாத்தியார்க வந்து சத்தம் போட்டுச்
சமாதானம் செய்வாங்க,
அப்பவும் சிரிச்சுக்கிட்டுத்தான்
இருப்பாரு சாகுலு,
எல்லாப் புகழும்
இறைவனுக்கேங்கிற மாதிரி...

மணியடிச்சதும்...
சுத்தி நின்னுக்கிட்டு
ஆரஞ்சு, திராட்சை, பாலைசுனு
பயலுக கூடி வழிய
எடுத்துக் குடுக்க முடியாம
மலைச்சு நிக்க,
கடலுல மேகம் சூறையாடுற மாதிரி
காச போட்டும் போடாம
அள்ளிக்கிட்டு அவனவன் ஓட...
“பாத்து..
ஓடச்சுராம எடுங்கடா” னு
அப்பவும் அவர் முகத்தில அதே சிரிப்பு...

ஒரு நாளு...
பொம்பளைங்க ரெண்டு மட்டும்
அடுப்பப் பத்த வச்சு
அவிக்குதுங்க எதையோ....

போறவன் வர்ரவன்
வாத்தியாருங்க தமிழய்யானு
சத்துணவு ஆயா வரைக்கும்
வந்து வந்து கேக்குறாங்க
“சாகுலு... வரலயா...”னு

கொத்தித்தின்னுற கோழிக்கி
கடவாயில புண்ணு வந்த கதையா
நடுச்சாமம் ஒன்னுக்கிருக்க
தெருவுக்கு வந்தவரு
ஏதோ வழுக்கி எப்படியோ விழுந்து

பொடணியில அடிபட்டு
நினைவிழந்து
படுக்கையிலக் கெடக்குறார்னு
எப்படிச்சொல்லுங்க ரெண்டும்...

ஒன்னு சொன்னாப்புல
நாலு கண்ணுலயும்
கண்ணீரு தான் பதிலாவருது ....

"வந்துரும்...."

வந்துரனும்...

வாத்தியாரு... பசங்க...
பாடத்தால் மட்டுமில்ல
சாகுலாலயும் நிறைஞ்சிருக்கு
அந்தப் பள்ளிக்கூடம்...,

○

8. சட்டத்துக்காவலரே.....

ஐயா
ஜட்ஜய்யா...
சட்டத்துக்காவலரே...
நீங்க சொன்னா சரியாத்தான் இருக்கும்...

ராம நாட்டுச் சீமையில
நாங் கெடக்கேன் தெற்கே மூலையில,
அப்பனாத்தா கைநாட்டு
நானுந்தான்....

இந்தக் காமுட்டாப் பயஉங்க
கால் தூசிக்கி சமமில்ல ...
யோசன சொல்லுறேன்னு
ரோசப்படக் கூடாது..
நீங்க சொன்னா சரியாத்தான் இருக்கும்.

வெதச்ச நெல்லு வெளையாம
வெந்து போன செலையானோம்
ஏழு வருசப் பஞ்சம்
ஏன்னு கேக்க நாதியில்ல
பாவிப் பய மக்க பாடுபட்டு உழைக்கும்
பாலைவனத்துல.....
பயிரெப்படி முளைக்கும்,
புள்ளகுட்டி காப்பாத்த

அரை வயித்துக் கஞ்சிக்காக
தஞ்சாவூரென்ன....
தாமிபரணி கரை என்ன....
சிறுமல காடென்ன....

சிந்தி அலைஞ்சோம்
சீரழிஞ்சு நின்னோம்...
வெச மரம் கருவன்னா
வெதச்சத என்ன சொல்ல...?
கருவ வெதயள்ளி
கவருமெண்டே தூவுச்சு....
காத்துல ஈரம் தின்னு
கருவ வளந்துச்சு..!

வெட்டி விறகாக்கி விறகக் கரியாக்கி... அந்தக்
காசெடுத்து படிச்சு
கஞ்சி காச்சிகுடிச்சு...
ஊரோட இருக்குறோம் சாகாம
பொழப்பு தேடி எங்கும் ஓடாம...

நிலத்து நீரையெல்லாம்
கருவேலம் குடிக்குதுன்னு
வெட்டி,வேர்கெளச்சு
வெறுங்காடா போடச்சொல்லி
தீர்ப்பெழுதிப் போன தீர்க்கத்தரிசிகளே...!

சீமக் கருவமரம் எங்களுக்கு
சீர் தந்த சந்தனம் எத்தனை
சாகுற குடும்பம் தடுத்துருக்கு
தாலி குடுத்துருக்கு
பசி போக்கியிருக்கு
படிப்பு தந்திருக்கு....?

கருவலை அழிக்கிறீங்க எங்க
கஞ்சிக்கு உத்திரவாதம் ....?

மொத....
கங்கைத் தண்ணிய எங்க
கம்மாய்க்கி வரச் சொல்லுங்க..
உத்தரவு தேவையில்ல
ஒத்த கருவ இருக்காது... இது
அரியநாச்சி மேல சத்தியம்...
○

9. அது ஒரு நிலவில்லா இரவு....

உறவுகள் எல்லாம் ஊருக்குப் போன
அவள் வீட்டுப் பின் வாசலில்
அமர்ந்திருந்த என் மடியில்
ஒரு பவுர்ணமி...!

அந்த சிவப்பு சுடிதார் அழகூட்டியது அவளுக்கு
துப்பட்டாவைத் தொலைத்து விட்டாள் போலும்

அவள் தான் மௌனம் கலைத்தாள்
"என் மீது அவ்வளவு விருப்பமா....?"
"நிறைய"... எனச் சொல்லி
நெற்றியில் முத்தமிட்டேன்

"நான் உன்னை விரும்புகிறேன்"
என காதோரம் இதழ் பதித்து
கவ்வி கடித்துச் சொன்னாள் ஆங்கிலத்தில்
அதையே நானும் கூற
அன்பைப் பொழிந்தாள் இதழோடு இதழாக....

"எவருக்கும் தெரியாமல்
எத்தனை நாள் இன்னும் இருளில் இரவில்
மறைந்து சந்திப்பது...?"
"என்னடி இது ...?
சங்க காலத்துத் தலைவி மாதிரி
புலம்புகிறாய்...."

"எந்தக் காலமாயிருந்தாலென்ன
எங்கள் ஏக்கம் என்றும் ஒன்றுதான்...."

"கவலை எதற்குக் கட்டாயம் மாலையிடுவேன் பெற்றவர்
உத்தரவோடு..."
"பயமாயிருக்கு ...."
"எதற்கு..?"
"பிரித்து விடுவார்களோ..?"
"நல்லது தானே..."
"என்ன..."

"அப்பொழுது தானே
நல்ல பெண் கிடைக்கும் எனக்கு...."

உடனடியாய் அந்தப் பவுர்ணமி அமாவாசையானது.
என் கைகளுக்குள் பிண்ணி.... என்னை
பிணைந்திருந்தவள்
விடுபட்டு வெளியேறி
வீட்டுக்குள்ளோடினாள்
தொடர்ந்து நான்.

படுக்கையறை பஞ்சு மெத்தை கட்டிலுக்கு அவள்
படுத்திருந்த போது தான்
பாவங்கள் அத்தனையும் கழியப்பட்டிருக்க வேண்டும்...!

நீண்ட பெருத்த
கருநாகம் போல பின்னல் தெரிய
முதுகெனக்குக்காட்டி முகம் மூடியிருந்தவளின்
கரம் விலக்கிப் பார்த்தேன்
கண்களில் நீர்வீழ்ச்சி...

"விளையாடினேன்…"
"என் வாழ்க்கையில்…"
"பொய்யடி அது…."
"அன்பாயிருந்தது தானே"
அந்தக் கள்ள மற்ற பெண்மை கலங்கியது,
கட்டிலேறி கட்டியணைத்தபடி முகந்திருப்பி.

"பார் என்னை இது
பாவம் செய்யும் முகமா…?

உன்னை விட ஒருத்தி
எப்படி கிடைப்பாள் எனக்கு,
நீ… என்னுயிர்…
நீங்கினால் பிணமாகிப் போவேனே தவிர எவள்
பின்னாலும் போக மாட்டேன்… நம்பு…"

"சிரி"
"சிரித்ததும் சின்னக்குழி விழும் உன் கன்னத்தை…
எட்டாவது அதிசயமாய் அறிவிக்கப் போகிறது ஐ.நா…
சிரி…"

கண்களைத் தொடைக்காமலே சிரித்தாள்
வைகை நதி
இராமநாதபுரம் பெரிய கண்மாய் நோக்கி வருவது போல
அழகாயிருந்தது அவள் முகம்
அந்தப் பகுதி விவசாயி மாதிரி
மகிழ்ந்திருந்தது என் மனம்.
○

10. சூழ்ச்சி.....?

நுனி கடிச்சு
விரலால புளிச்சத் தண்ணி
அள்ளி உள்ளூத்தி
டப்பா உப்பழுத்தி
பச்ச மொளகாய கடவாப் பல்வச்சு
நறுக்குன்னு கடிச்சா
நாலு கும்பா கஞ்சி கேக்கும்...

குடிச்சு எந்திருச்சு
குத்த வச்சு உக்காந்து
வெத்தல முதுகுல
வெள்ளயத் தடவி
மடிச்சு கடிச்சு உமிழ் நீர
உள்ளிறக்கும் போது தான்
கடிச்ச மொளகா காரம் போகும்...

மாடுகள தண்ணி காட்டி
மறுபடி கலப்பபூட்டி
சாலோட்டும் போது
உச்சி தாண்டிய வெயிலும்
உள்நாக்கக் காய வைக்கும்
வாய்க்காத் தண்ணியில
வாயக் கொப்புளிச்சு
அள்ளிக் குடிக்கயில
அமுதம் தோத்துப் போகும்

மரக்காப் படியில நெல்லெடுத்து
முழுக்கை முங்க அள்ளி
துள்ளி துள்ளி வெதச்சு
முடிச்சு வரப்பேறி
தலப்பாகட்டவுத்து
முகத்தத் தொடைக்கும் போது
உஸ்னு விடும் காத்து
மனசு நெறஞ்சத சொல்லும்...

மாட்ட அவுத்துக் கட்டி
தின்னக் கூளம் போட்டு
ஊரணித்தண்ணியில்
முங்கித் தலை குளிச்சு
கருவாட்டுக்குழம்போட
கண்ணுங் கருத்துமா
பொண்டாட்டி சோறு போட...

உண்டு முடிச்சு
உக்காந்து பேசி
வீட்டுக்கு முன்ன
கயித்துக்கட்டுல்ல துண்ட விரிச்சு
கைய தலைக்கு வச்சு
மல்லாந்து படுத்து
வானத்துக்குப் பார்வை செலுத்தி
வட்ட நிலாவ ரசிச்ச படி
தூங்கிப் போன
நிம்மதியான வாழ்க்கையில

வெசத்த அள்ளிப் போட்டது தான்
பசுமைப் புரட்சி.
வெசம் குடிச்சு சாக வச்சது
எவன் செஞ்ச சூழ்ச்சி....?
○

11. ஏரிக்கரைக் காத்தே....

பகல்வெளக்கு வெயிலெறிய
வயலிறங்கிக் கதிரடிச்சு
ஒழுகத் தலை நனைஞ்சு
ஒழைச்சுக்களைச்சு எங்கப்பன்
உருமாக் கட்டவுத்து உஷ்ஷுனு உக்கார...
தலை தொவட்டி உடல் தொவட்டி
தாலாட்டிப் போவியே...
ஏரிக்கரைக்காத்தே உனக்கு நெனப்பிருக்கா...?

கல்லோடைக்காட்டுல கருவமரம் வெட்டி
ஈட்டியா முள்ளிறங்கி இருகையும் காச்சிருக்க
ஒடிஞ்சு போகும் தேகக்காரி எங்காத்தா
ஒத்தச் சேலக்காரி
இரவாகும் நேரத்துல என்னை
இக்கரையில் நிக்க வச்சு
உள்ளிறங்கித் தலை முழுகி
ஒரு முனையில் உடம்புசுத்தி ஆத்தா
ஒரு முனையக் காய வக்க
சேலயெல்லாம் தேகம் மோதி நீ
தெம்மாங்குப் படிச்சுப் போனே...

பத்தாப்புப் படிக்கிறப்ப
பள்ளிக்கூடம் மட்டம் போட்டு
பக்கத்து வீட்டுப் பயலோட
படம் பாக்கப் போனேன்னு
புளியாக்கை கொண்டு அப்பன்
புறமுதுகப் புண்ணாக்க
கொடுமத் தலைக்கேறி
கோவிச்சு வெளியேறி
ஏரிக்கரையோரம் இருட்டுன பின்னால
ஏங்கி அழுதிருக்க
புண்ணுக்கு மருந்தாட்டம்
புகைச்சலுக்கு விருந்தாட்டம்

ஒத்தடம் கொடுத்து என்னை
உறங்க வச்சுப் போனியே
உயிர்க் காத்தே நினைவிருக்கா...?

கல்லூரி படிச்ச நேரம் ஒரு நாளு
காலை மணி அஞ்சிருக்கும்
கர்வக்குடம் தலையிருக்க

சருவக்குடம் இடை இடுக்க
தண்ணியெடுக்கத் தனியா வந்தவள
தாவணியப் புடுச்சு
தாவியிழுத்து கருவாச்சி
செவக்கச் செவக்க குடுத்த நேரம்
உடம்போட மனசும் உள்ளே கொதிச்சிருக்க
சில்லுனு நீ வீச
சிரிச்சாளே... அய்யோ...!

உனக்கும் எனக்குமாக
உள்ளாரச் சொல்லிக்கிற
எத்தன ஞாபகங்க...

இப்போ...
ஏரியில்ல,
கரையுமில்ல,
எல்லாம் வீடாக எங்
கண்ணுல நீரு...

நெசத்தச் சொல்லு எம்
மேசையிலச் சுத்துற மின் விசிறியில நீதானே வந்து
போனே...?
கண்ணீரைத் தொடைக்கிறியே
ஏரிக்கரைக் காத்தே...!
○

12. யம்மா....

முதுகுளத்தூர்லருந்து கடலாடிக்கு,
நடுராத்திரி பன்னன்டு மணிக்கு வரும்
சந்திரா பஸ்சு ஒரு நாளு
ஆப்பனூர் ரோட்ல....
அந்நேரத்துல என்னிய மட்டும்
ஒத்தையில எறக்கி விட்டு
ஓடிப்போக ரெடியாயிருச்சு....

எட்டிப் பாத்தேன்...
நாலு அத்தி மரம்,
வானத்துக்கும் பூமிக்கும்
வளந்து நிக்குது,

எவனோ ஒருத்தன்
எங்கேயோ போனவ(ன்)
ஓட்டை சைக்கிலஒரு மரத்துல
சாத்தி வச்சுருக்கான்
எந்தக் கொசுக்கடியில படுத்துக் கெடக்கானோ...

கரேல்னு இருட்டு...
மேற்கு நோக்கி
ரெண்டு மைல் நடக்கணும்,

அடை மழை பேஞ்சு
ஊரச் சுத்தி தண்ணி,
காடு கரையெல்லாம்
தவளச் சத்தம் காதக் கிழிக்கும்,

ரோட்டுக்கு ரெண்டு பக்கம்
கருவமரம் தலை விரிச்சு
படுத்துக் கெடக்கும்.
பாதையில நடந்து
பாம்பு கடிச்சு சாவறத விட
பயங்கடிச்சு செத்துருவேன்போல...
இப்போன்னு வரக்கூடாததெல்லாம்
வருது ஞாபகத்துல...

போன மாசந்தான்
கொஞ்சம் தள்ளி...
பைக்ல போன மூனு பேரு
ஆறாம் நம்பர் பஸ்சேறி
அதே எடத்துல செத்தாங்கெ
நான் வேற பாத்துத் தொலைச்சுட்டேன்
அல்பாயுசு ஆவி அங்கேயே சுத்துமாமே...?

கொஞ்ச தூரம் நடந்தா
ஒத்தப் பாலம்...
முனி நடமாடுறதா ஊருக்குள்ள பேச்சு...
மூனு நாளு முன்னாடி
இதே நேரத்துல எறங்கி
நடந்த பாண்டி அண்ணண்ட
தீப்பெட்டி கேட்டிருக்கு
திரும்பிப் பாத்தா யாருமில்ல...
மறுநாளு காச்ச
மந்திருச்சு கெடக்குறாரு....
அதையும் தாண்டிட்டா
வெள்ளையம்மா தூக்குப் போட்ட
வேப்பமரம் தலையாட்டும்...

ரைஸ் மில் சுடுகாடு...
வழிவிட்டாங்கருவமரம்...
தைரியமாகடந்து நடந்தா...
ஊளையிடுற நாயிச்சத்தம்
உசுரே போயிரும்...

கண்ட எடத்துல
நட்டுருக்கும் கல்லெல்லாம்
பல்லக் காட்டிச் சிரிக்கிற
பேய்மாதிரி தெரியும்...

கடைசிப் படியில கால வச்சேன்...
"என்ன யோசிக்கிற,
எறங்குப்பா நேரமாச்சு"
கண்டக்டர் கத்துறாரு...

"கடலாடி சாக்கடையில
கால் மேல கால் போட்டாட்டி வாழும்
திமிர் புடிச்ச கொசுக்கடியில...
படுத்தாலும் பரவால்ல...
விடிஞ்சதும் வந்துக்கிறேன் ஊருக்கு...
நானும் வாரேன் கடலாடிக்கு "னு

எறங்காமலே ஏறிட்டேன்...

யம்மாடி....
○

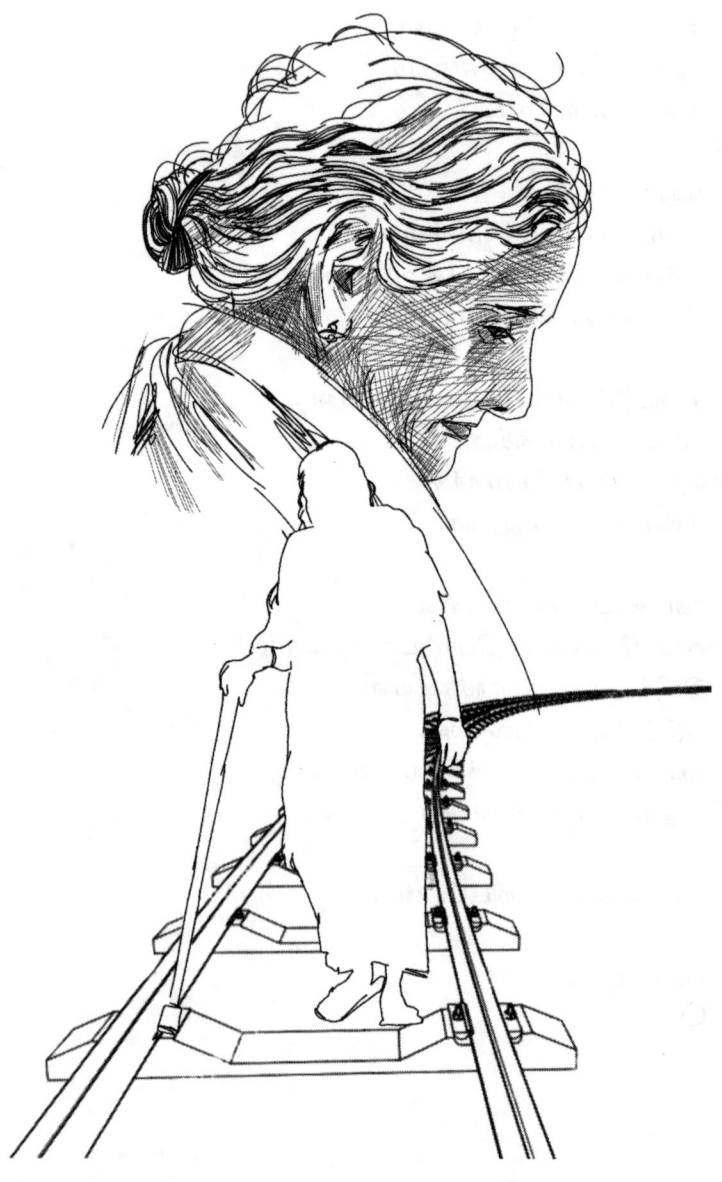

13. ஒத்த ருவா

ஏலே... பாண்டி...
எப்புடி சாமி நீயிருக்க...
நீயிருந்த வயித்துக்குள்ள
தீக்கொளுத்தி வச்சுப்புட்டு
வெளியேறி வந்துட்டியா...?

ஒருச்சாண் வயித்துக்காக..
ஒரு கை சோத்துக்காக...
கோயில் படியோரம்
கூனிக் குறுகி நின்னு
ஏந்துற தட்டுல விழுகுற
ஒவ்வொரு காசும்
உம் பேரத்தான்யா சொல்லுது...!

கழுத்து நெறஞ்ச நகையோட
கையெல்லாம் தங்க வளை
காலு கொளுசு கூட
போட்டிருந்தேன் தங்கத்துல
நொப்பன கைப் புடிச்சு
கூட்டு வண்டி நானேற....
கூடவே வந்தது நூறு வண்டி
அத்தனையும் சீரேத்தி...

நொப்பனும் கொறச்சல் இல்ல
மச்சு வீட்டு மகராசன்,
கூழு கூட கெடைக்காத
கூலிக்காரஊருக்குள்ள
நொப்பன் வீட்டு நாய் கூட
நெல்லுச் சோறும் கறியும் தின்னும்...

எங்கிருந்து வந்துச்சோ
எங்குடி கெடுக்குங்குடி
சாராயம்...
சீட்டாட்டம்....
பொம்பள சோக்குன்னு
சொத்து கரைஞ்சிருச்சு
சொரண்டி எடுத்துருச்சு...

கடனவாங்கி வச்சுப்புட்டு
நொப்பன் செத்துப் போக
வீட்டவித்து அடச்சுப்புட்டு
ஒத்தப் பய உன்னப்புடிச்சுக்கிட்டு
ஊர விட்டு வெளியேறி
சித்தாளு வேலை செஞ்சு
சித்தெறும்பா சேத்து வச்சு
கருவாடு வித்து வந்து
சிறுவாடு சேத்து வச்சு...

எலிவளையானாலும் தனிவளை ஏற்படுத்தி
உன்னப் பறக் காட்டி
ஒசந்ததப் படிக்க வச்சு
உஸ்னு ஒக்காந்து
ஒருவா.... தின்னலயே...

உனக்காக உழைச்சு
கைரேகை அழிஞ்சிருச்சு
உத்துப் பாத்தும் தெரியல
கண் பார்வ மறைஞ்சிருச்சு...

பொண்டாட்டி வந்துட்டா
பெத்தவ வேணாமா...?
சொந்த வீட்டுலயே நான்
பட்டினியா சாகணுமா.....?

உங்கிட்ட சொல்லாம
ரயிலேறி வந்துட்டேன்
மகனே...
ஒத்த ருவா போடுறவன் முகத்துல
உன்னத்தான் தேடுறேன்.
○

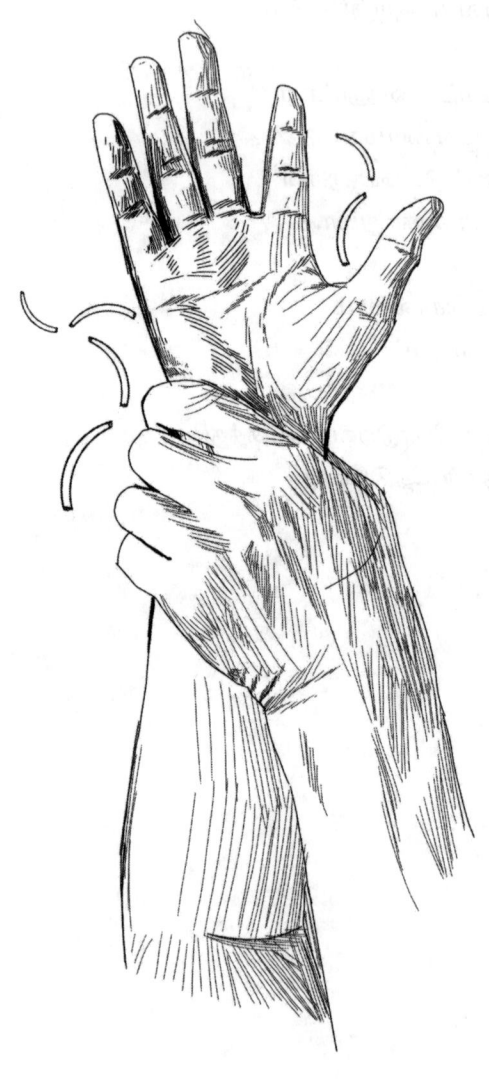

14. என்னோடு கலந்துவிடு..

மகளே கேள்...
இரு வீட்டார் எதிர்ப்புக்கு நடுவே
காதலனை கரம் பிடித்த
உன் தாய் வயிற்றில் நீ
நிறை மாதம்...

சொந்த மண் மனை மக்களை விட்டு
பரதேசம் போல
இந்த உலகில் மனிதர் வாழும்
ஒரு பகுதியில்...
சாலையோரக் குடிசையில்
என் தேவதையோடு குடியேறி
இல்லறம் துவக்கி இன்ப மயமாய்க் கழிந்த
அந்த நாட்களின் சாட்சி தான் நீ..

அது ஒரு கார் கால வெள்ளிக்கிழமை
மேகமும்....
உன் தாயும்...
ஒன்றாய்ப் பிரசவித்தார்கள்,

அப்படியே உன் தாயை
நகல் எடுத்தது மாதிரி
பூமி பார்க்க வந்தாய் புது மலராய்...
ஒன்றைப் போலவே இன்னொன்றைப்
படைத்து விட்ட இறைவன்
தவறை உணர்ந்து...

திரும்பப் பெற்றான் ஒன்றை...
ஒரு ஜன்னியில்...
உன் தாயை இழந்தோம்,

மனைவியை இழந்த கணவன் நிலை
மாட்டுக்கு வந்த புண் மாதிரி
உரைக்கவும் முடியாது பிறர்
உணரவும் முடியாது.

உலகம் வியக்க...
உன்னை வளர்க்க...
உழைத்தேன் ஓய்வின்றி,

அப்பொழுதுதான்...
அரசுப் பள்ளியில் ஐந்தாம் வகுப்பு படிக்க
கைகாட்டி சிரித்துப் போனாய்...

உறக்கச்சுவட்டில்
பேருந்தின் மீதேறி சுமை இறக்கும்போது
மேலிருந்த மின்கம்பி பட்டு
கருகிவிழுந்த போது
கடைசியாய் நீ தான்வந்து போனாய்...

நான் பெற்ற மகளே...
எப்படி வாழப்போகிறாய் இந்த மண்ணில்...?

கொடூர எண்ணமும்
குரூர புத்தியும்
குடிகொண்டிருக்கும் மக்கள் மத்தியில்
எப்படி தப்பிப்பிழைக்கப் போகிறாய்...?

பிஞ்சென்றும் காயென்றும் கனியென்றும்
பிரித்துப் பாராத காமச் சூறாவளிகள் வீசும்
வேட்டை காட்டில்
பூ... நீ... எப்படி?

சுயநலமும் பேராசையும்
பெருகிப் போன இதயங்களோடு
காலத்தை எப்படி கழிக்கப் போகிறாய்,

கவனமாய் வழி செல்
காற்றாய் உன் காலடி பற்றி
கண்காணித்துக் கொண்டுதான் வருகிறேன்.
நீ வாழ முடியாத சூழல் வரும் போது...
ஏதேனும் ஒரு பெயரில்
நெருங்குவேன் உன்னை...
என்னோடு கலந்துவிடு மகளே...

அருவக் குடும்பமாய்
ஆயிரம் ஆண்டுகள் வாழலாம்
மூவரும் இங்கு,
○

15. நினைவுப்படுத்தட்டுமா....?

நீ...மறந்திருப்பாய்,
உனக்கும் எனக்குமான முதல் சந்திப்பை....
நினைவுப்படுத்தட்டுமா...?

அது சாயல்குடி அரசு மேல்நிலைப் பள்ளி...
அங்கே கணிதம் முதலாமாண்டு
அதாவது பதினொன்றாம் வகுப்பு,
நான் படித்துக் கொண்டிருந்த வருடம்.

மதுரை வீரன் மாடசாமி மாரிமுத்துவோடு
ஒரே வகுப்பில் உட்கார்ந்து படித்ததை
இப்போது நினைத்தால் கூட
நெஞ்சம் சிலிர்க்கும்,

கூடுதல் பொறுப்பாய்
தலைமையாசிரியர் பதவியையும்
தன் மீதே ஏற்றிக் கொண்ட
காந்தி ஆசிரியர்...!
பள்ளி வேலையாய்
பக்கத்து ஊர் சென்றிருந்த போது
அன்று ஒரு நாள்...
பாடம் நடத்த ஆளில்லாமல்
பகலெல்லாம் விடுதலை பெற்ற
சந்தோச செருக்கில்...
கால்பந்தாடி
களைத்த நண்பர்களிடம்
வாங்கி வந்த பந்தை

ஓங்கி எட்டி உதைத்து
"எடுத்து வாடா" எனச் சொன்ன
பிரகதீசை நோக்கி
நான் உதைத்த பந்து
குறுக்கே வந்த உன் முகத்தில் பட்டு
சுருண்டு நீ விழுந்த போது

பதறி உன்னைத் தூக்கி
"சாரி" என சொன்னபோது
பார்த்த உன் பார்வை சொன்னது
என்னைப் பார்த்து என்னென்னவோ!

நீல வானத்தில் நிலா ஒளிர்வதைப் போல்
ஊதா சீருடைத்தாவணி
உன்னை அழகாய்க் காட்டியது,

பிறகு தான் விசாரித்தேன்
நீ
பதினொன்றாம் வகுப்பு
வரலாற்றுப் பிரிவு என்பது.

அன்று பாதித்த
என் மன நிலை
இன்று வரை சரியாகவில்லை.

சாப்பாட்டு நேரத்தில்
வீடு போய் முடித்து விட்டு
பள்ளி வரும் போது
பாதையில் பார்ப்பாயே...
கெண்டைக் கால் தெரிய
ஏறியிருக்கும் பாவாடை...

தண்டை நீ அணிந்திருந்தால்
இன்னொரு சிலப்பதிகாரம்
எப்போதோ எழுதியிருப்பேன் உனக்காக...
கொளுசு போட்டிருந்தாய்,

என்னோடு நீ எப்போதும் பேசியதில்லை,
கண்களையும்
கால் கொளுசையும் பேச விட்டு
வேடிக்கை பார்த்தன உன் இதழ்கள்,
குழந்தை மொழிவது கண்டு
மயங்கி நிற்பாளே தாய் அது போல...!

அடிப்பாவி...
உன் கண் என்ன
கனத்த சுத்தியா...?
என்னில் ஆணிகளை
ஆயிரக் கணக்கில் அடித்துப் பிடுங்குகிறது...!

வருவாய் என
வழி பார்த்துக் காத்திருப்பேன்
பசியோடு..
உண்டாறிய நீ...
அதனை எல்லாம் எனக்கு
விழியால் விருந்து வைத்தாய்..

இப்படியே ஓடின
எல்லா நாட்களும்...
இறுதி நாளில்...
நெருங்கி வந்தாய்

அணுகுண்டுவினுள் அடைபட்டிருக்கும்
அந்தப் பொருளைப் போல
வெளிவரத் துடித்த வார்த்தைகளால் உன் இதழ்கள்
நெளிந்தன,

பயமும் பதற்றமும்
என் கால்களை பின்னோக்கி நடத்தின.
விலகிப் போனாய் வேறு வழியில்லாமல்....
நீ
சொல்லித் தொலைத்திருக்கலாம்
சொல்ல வந்ததை....
எப்படியெல்லாம் மாறியிருக்குமோ என் வாழ்க்கை.

இப்போது தான் தோன்றுகிறது
இந்தக் கோழைக்கு,

அடுத்த வருடம்
அலையடிக்கும் விழிகளோடு உன்னைத்தான் தேடினேன்
எங்கே போனாய்...
◯

16. என் மனசுக் குள்ள....

நீரில்லாதிருக்கும்
ஆற்று மணல் போல....
நூறு ஞாபகம் இருக்கு
என் மனசுக் குள்ள....

ரெண்டு கரையுடைய
வெள்ளம் போன
ஒரு காலமும் இருக்கு என் வாழ்க்கையில...
அந்த ஞாபகம் வந்ததும் உப்புக் கல்லா
மாறி கண்ணீரு விழுகுது கன்னத்துல...
திரும்பி சுத்துமா பூமி அந்த
வாழ்க்கைய மறுபடி தருமா சாமி...?

அந்த பத்தொம்போது வயசின்
கடை சி நாள்களில் நானும் பத்தாம் வகுப்பு
பரிச்சை விடுமுறையில் அவளும்
கண்டு ரசித்து
பார்வை பரிமாறி
கண்ணு செவக்க
வெட்கி..விக்கி... திக்கி நின்ற இடம்
குழாயடி குடுமிப்பிடி சண்டை கூட்டத்துல...

அந்தக் கருப்புத்தாவணி
சின்னதா சிரிப்ப சிந்திப்போனப்ப
எம்மனசுக்குள்ள
எத்தனை பட்டாசு வெடிச்சு
செதருச்சு தெரியுமா...?

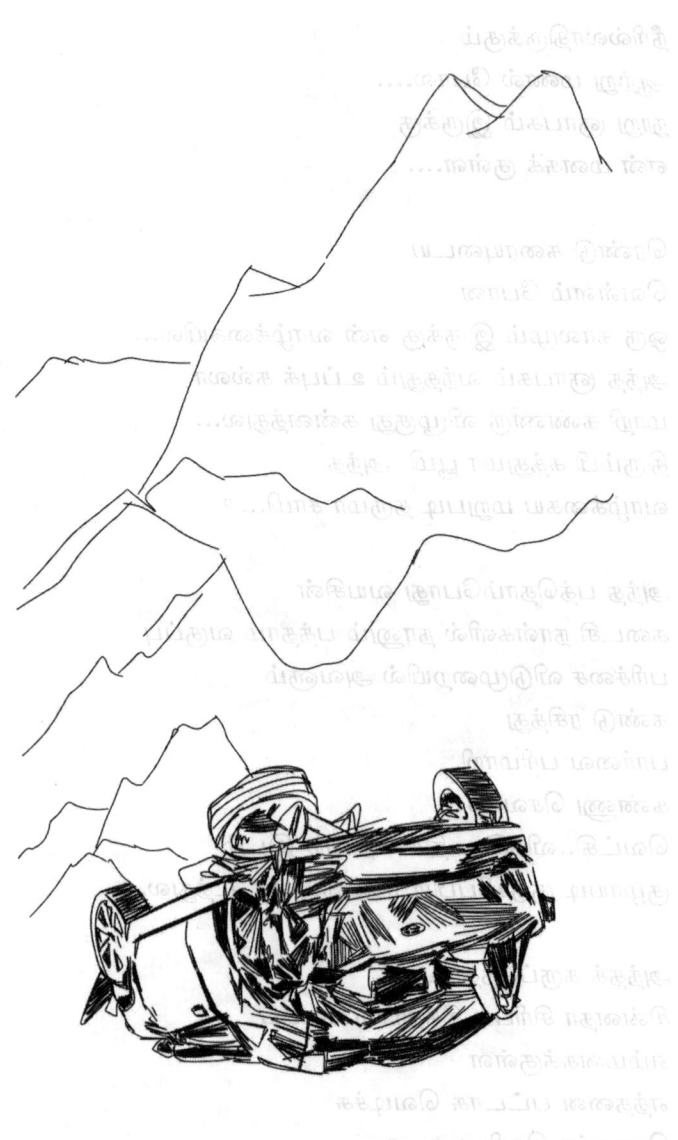

தூரத்துலருந்து ஒருத்தன
துளையிட முடியுமா செஞ்சாளே...
இரத்தம் சிந்தாம இதயத்த
வெட்டி எடுக்க முடியுமா பண்ணாளே...

இரும்புத் துண்டா இருந்த என்னை
ஒரே பார்வையில துருப்புடிச்ச தூளா மாத்தி
எந்தப் பக்கம் அவ திரும்புனாலும்
என்னையும் திருப்புனாளே காந்தம் மாதிரி...

அவமுகத்த பாத்த நிமிசத்துலருந்து
அப்பத்தான் அறுசுவையாசாப்பிட்ட மாதிரி
எப்பவுமே இருந்துதே எப்படி...?
மனசு நெறஞ்சா..
வயிறும் நெறையுமா... நெசமா..?

ரெண்டு நாளு தூங்காம இருந்ததுக்கே
கின்னசுல பேரெழுதச் சொல்லி...
கெஞ்சுறாங்கெ நாட்டுல...

ஏலே.... நான்
எத்தன நாளு தூங்கலன்னு
எண்ணிக்கையே இல்லையடா...?

ஏ.... அய்யா...
மனுச பொழப்புல
இப்புட்டு சந்தோசமா.....?
என்னவோ மாதிரி இருக்குதப்பா....

அங்கேயும் இங்கியுமா
பாக்குறதும் சிரிக்கிறதுமா...
அப்ப அதானே வேலையே!
மாசம் ஒன்னு ஓடிருச்சு...

ஒரு நாளு...
விடிஞ்சு எந்திருச்சு...
தெருவோரமா நின்னு
வேப்பங்குச்சி ஒடிச்சு
வெளக்கிக்கிட்டுருந்தேன்... பல்ல...

வீதி வழியா ஒரு வேனு போச்சு...
எட்டிப் பாத்தேன் உள்ள
அவளும் குடும்பமும்...

என்னைப் பாத்ததும் கைய வெளிய நீட்டி...
எட்டி விட்டெறிஞ்சா
வெள்ளையா ஒரு காகிதத்த...
எடுத்துப் படிச்சேன்
கொடைக்கானல் போறாங்களாம்
குடும்பத்தோட டூரு...
ஒரு வாரம் கழிச்சு
ஊருக்கு வந்ததும்
எங்கிட்ட ஏதோ சொல்லணுன்னு
எழுதியிருந்தா எஞ்செல்ல்ல்லம்....
மறுநாள்...
"கொடைக்கானல் மலைச்சரிவில் உருண்டது ஒரு உலா
உந்து...
உயிரிழந்த உடல்கள்"

தினத்தந்தியில் படத்தோட செய்தி....
எம்மனசை பற்றி கருக்கியது செந்தீ...

அய்யோ....
தேன் திண்ட நாக்குல
தேள் கொட்டுன மாதிரி
ஆசை நெறஞ்சிருந்த கண்ணால
அடுக்கி வச்சிருந்த உடல்கள்ல
அவளோட முகம் பாத்தேன்.

தூங்குற என் தேவதையே
என்னவோ சொல்லனுன்னு எழுதிட்டு போனவளே...
எதையாச்சும் ஒன்ன சொல்லிட்டுப் போடி...

சொல்ல நெனச்சத
காத்துல சொன்னியா எங்
காது வந்து சேரலயே.....

“கத்துறது கேட்டுச் சாடி... நாங்
கல்லறையில காத்துருக்கேன்”.
○

17. உன் விழிகள்...

ஓங்கிவளர்ந்த மலையடிவாரம் அங்கே
ஓலை வேய்ந்த கூரை வீடு அதில்
என்னை விரும்பும் நீ அந்த பேடு..

உன் அன்பிற்கு முக்கனி தோற்கும் - வான்
நிலவும் இவளா என வந்து பார்க்கும்
இயற்கை அழகை ஏற்கும் உன்
பார்வையில் என்னுள்ளம் வேர்க்கும்

தேக்கடலில் மூழ்கி வரும் வார்த்தை - நீ
பேசிடும் போதினில் கூசிடும் காதை
சின்னதாய் சிரிப்பொன்று சிந்த என்னுள்
சில்லென்ற தென்றல் வந்து உந்த

உச்சி மலையேறி ஓர் நாள்
உட்கார்ந்து ஊர் ரசித்த பொழுதில்
அத்தானென நீ அணைத்த நேரம்
செத்தேனா இருக்கிறேனா சொல்லொணா இன்பம்...

நிலவொத்த நெற்றியில் இட்ட பொட்டு
நித்தமும் கரைந்ததடி என் எச்சில் பட்டு - நீ
உயர்ந்த ஒற்றைப்பனை மரமா? உன்
உதடுகள் கள்ளையே ஈந்த தடி ...
ஓடி விளையாட ஊடிடம் இல்லையென
நம் காதோரம் வந்த காற்று
கண்ணீர் விட்டழுத கதை
எப்போது நினைத்தாலும் சிலிர்க்கும்

செத்தாலும் உன் நினைவு மறையாது எப்பொழுது
எரித்தாலும் என் இதயம் மட்டும் எரியாது
உன் நினைவுகள் தாங்கிடும் மனது
மரணித்தாலும் மடியாது ஒரு நாளும்

நானறிவேன்...
உன் விழிகள் சிரிப்பதை மறந்திருக்கும்
சிந்தையும் என்னைச் சுற்றும்

சித்திரமே சிரி....
கண்ணீரைத் துடைத்துக் கொள்,
காத்திருப்பான் கழுத்துக் கயிற்றுக்கு
சொந்தக்காரன் .... போய்... வா....?
O

18. வாழ்த்துக்கள்

வானத்து உச்சியில்
வந்து பார்க்கும் வண்ண நிலவே....
இந்த மின்மினிப் பூச்சியின்
சின்னச் சின்ன வாழ்த்துக்கள்.

உனக்கு ஒளி கொடுக்க
சூரியனால் மட்டுமே முடியும்
காதல், அந்தக் கதிரை
என்னையும் உற்பத்தி செய்ய வைக்கும் என
எண்ணியது தவறு தான் ...

விளக்கோடு முத்தமிட்டு
செத்து விடும் விட்டிலுக்கு
வெண்ணிலவோடு வாழ்க்கை என்பது
வெற்றுக் கற்பனைதான்,

நீ
வடமலை மீது வளர்ந்த
வண்ணக் குறிஞ்சிமலர்...
குடிசை யோரத்து குப்பையில் பூத்த உன்மத்தம் நான்...
உனக்கும் எனக்கு மான
மகரந்த சேர்க்கையானது
மனமிருந்தாலும் மார்க்கமில்லாதது.
அந்த கோவை வீதிகளில்
இரவெல்லாம் உற்பத்தி சாலைகளில்,
உறக்கம் மறந்து
பகலெல்லாம் உன்னோடு
நடந்து திரிந்த தடம்
எண்ணிப் பார்க்கையில் என்
முளையில் ஒரு நரம்பு
இப்போதும் துடிக்குதடி

பையெல்லாம் பணம் சிரிக்கும்
பணக்காரன் பெற்ற மகள்
என் மீது கொண்ட அன்பில்
என்னுடலில் ஒட்டிக் கொண்டிருக்கும்
எல்லாம் நீ...
வாங்கித் தந்தது.
உனக்கு நான் திருப்பித் தர
உயிரைத் தவிர வேறேது ...?

பேருந்தேறிப் போன
பயணச்சீட்டு முதல்
பாண்டியன் விடுதியில்
பருகிய தேனீர் வரை
எல்லாமே நீ தந்தாய்,
என்னையே நான் தந்தேன்.

அன்றிலினத்தின் மானிட உருவாய்
கொங்குச் சீமையெல்லாம்
ஒன்றாய்ச் சுற்றினோம்,

ஒரு பொழுது உன்
பணக்கார வாழ்வு பற்றி
பல்தவறி விழுந்த வார்த்தை
கல்லெறிந்து கொன்ற தடி என்
காதல் இதயத்தை

பொய்யில்லை
நீ சொன்னது
வெயில் கூட தொடாத
வீட்டுக்குள் நீ பிறந்தாய்...
வாசல் வழி மட்டுமல்ல
வான்வழி கூட
வெயிலோடு மழையும் காற்றும்
வந்து விருந்துண்டு
இளைப்பாறிப் போகும்
இல்லத்தில் நான் வளர்ந்தேன்,

உதகை ரோசாப்பூ
உச்சி நத்தத்தில் சிரிக்குமா....?
என்னோடு உன்னை
வாழ்வில் இணைத்துக் கொண்டால்
வாடிப் போவாயடி வாடா மலரே...?

அணை போட்டு அன்பைத் தடுக்க முடியாது.
அன்பு ஒரு போதும் அழிவைத் தராது
என்னோடு சேர்ந்தால்
இன்னல் படுவாயேயென
எண்ணும் போதே இதயம் வலித்தது.

வேண்டாம் நிறுத்திக் கொள்வோம்
வெறுத்தது போல் நடித்தேன்,
மன்னிப்புக் கேட்டாய்
மறு தூது விட்டாய்

தாய் மடியில் தூங்கும் வரை
தாய்ப்பாலை மறக்காது குழந்தை
தூர தேசம் நோக்கி
சுமைகளோடு.. சிறகை விரித்தேன்
இன்று தான் என்
காது வந்து சேர்ந்தது உன்
கல்யாணச் செய்தி....

வானத்து உச்சியில்
வந்து பார்க்கும் வண்ணநிலவே இந்த
மின்மினிப் பூச்சியின்
சின்னச் சின்ன வாழ்த்துக்கள்...
○

19. வருமானம்...

அப்போ நான் அஞ்சாப்பு படிச்சேன்....
இப்பவும் அம்புட்டுத்தான்
ஆப்பனூர் கம்மாக்குள்ள
தூக்கனத்தான் கூடு தொங்கி
ஆயிரக்கணக்கா நாட்டுக் கருவ
வானம் முட்ட ஒசந்து...
நல்லா பருத்து
எத்தனையோ பறவைக
சிறகாத்துற இடமா இருந்துச்சு...

ஓங்கி ஒரு காத்தடிக்கும்
சலசலனு சிந்தும் காய் தின்ன....
ஆட்டு மந்தை ஓடிவரும்
அதனோடுமாடு களும்,

பட்டு ஒடிஞ்சு நிக்கும் வெறகு சுள்ளி ஒடிக்க
பருவம் வரா பொண்டுகளோடு
பேசி சிரிச்ச படி நடந்துருக்கேன் நானும்,
அது ஒரு காலம்
ஒருநாளு எங்கவீட்ல
பம்பரக் கட்டை வாங்க
அம்பது காசு கேட்டேன் ஆத்தா கிட்ட..
"கச்சிக்கார நொப்பங்கிட்ட கேளு.
கருணாநிதி க்கு ஓலை எழுதி

கட்டுக்கட்டா தருவாரு வாங்கிக்க..
கஞ்சிக்குப் போட உப்பில்ல
கட்ட வாங்க காசு வேணுமாம்.
எடு வெளக்க மாத்தனு எங்காத்தா கத்த...

பெறவியிலயே சிலருக்கு திறம வரும் போல
சாலைக்கரை மச்சான் .....
செதுக்கிசெஞ்சு தரும் பம்பரம்...
ஆக்கரு எறங்காது அடிச்சாலும் ஒடையாது.
எனக் கொன்னு செய்யினு
அவரு கிட்ட சொன்னேன்
நாட்டுக் கருவக் கட்ட வெட்டி வான்னாரு.

ஆத்தா கிட்ட அருவா கேட்டேன்
"கவுருமண்டு மரமது
வெட்டுறத பாத்தா தலையாரி
அருவாள புடுங்குவாரு"
சூதானம் சொல்லி குடுத்துச்சு

அருவாளோட நான் ஆப்பனூரு கம்மாக்குள்ள
வீரன் போல வீராப் போட
எட்டாத ஒசரத்துல எல்லாமரமும்
எக்கிப் பார்த்தேன், ஏறிப் பாத்தேன்
ம் கூம்...
திரும்பி வந்தேன்..
தொங்குன முகத்தோட
கொஞ்ச நாளுபோச்சு...

கோடலி ரம்பத்தோட வெளியூர் ஆளுக
நெறயப் பேருவந்தாக...

மரமெல்லாம் சாயுது
லாரியில ஏறுது...
கம்மா கலை எழந்து போச்சு...

குருவியக் காணோம் ....
ஆடும் மாடும் பீயும் பிளாஸ்டிக்கும்...
வீடெல்லாம் கேஸ்...
அந்த சந்தோசம் தொலைச்சு
ஊருக்கு ஒரு லட்சம் வருமானம்..
O

20. ஏலே... கடவுளே...

ஏலே.. கடவுளே...
ஏழையா பொறக்க வச்சு
எங்க உசுர வதைப்பவனே...
இரைப்பை போதாதுனு எங்காத்தாளுக்குக்
கருப்பையும் குடுத்தவனே....

காட்டுக்கத்தால... கருவாட்டு உடலால...
மாட்டு உழைப்பு செஞ்சு
மக்களக் காப்பாத்தி
பறக்காட்டுமுன்ன
பாதியில அழைச்சவனே....
எங்க பாவத்துல விழுந்துட்டியே...!

ஆசப்பட்டா கட்டிக்கிறதும்
அதனால பெத்துக்கிறதும்
எழவெடுத்த தேசத்துல
என்ன அதிசயமா...!

வந்து பொறந்தோம்
குடிசராசாவுக்குக் குல விளக்கா ரெண்டு பேரும்...

அப்பனுக்கு அற்பாயுசு...
தம்பி பொறந்ததும் தலையெழுத்து முடிஞ்சிருஞ்சு...
கூலி வேலை செஞ்சு
குடிக்க கஞ்சி தந்து
படிக்கவும் வச்சதாயி
படுத்துட்டா படுக்கையில...

ஆத்தாளுக்கு மட்டுமில்ல
கேள்வி பட்டதிலருந்து
எங்க நெஞ்சுலயும்
குத்திக்கொடையுது... புத்து...

என்னவாச்சும் செஞ்சு
எங்கம்மாவ காப்பாத்த
எண்ணம் இருக்குது
ஏழல...

"அம்மா... அம்மா" னு
நாங்க அழுறத பாத்து
அம்மாவும் அழுது....
கண்ணப்படைச்சு கரைய விட்டவனே...
இருக்குடா... உனக்கு...?

அஞ்சாரு மைல் தாண்டி
அரசாங்க ஆஸ்பத்திரி
பஸ்சேரி தூக்கிப் போய்
படுக்கையில சேத்தோம்...

நெத்தம் நூறு குத்து ஆத்தா
உடம்பு சல்லடையாச்சு
அட்டை அட்டையா
மாத்திரமுழுங்கி தொண்ட புண்ணாச்சு...
அந்நிக்கி ராத்திரி...
மணி ஒம்போது பத்திருக்கும்
எங்கைய புடிச்சுக்கிட்டு
எங்கம்மா அழுகுது

ஏதோ தோணிருக்கு
“தம்பிய பத்திரமா பாத்துக் கய்யா” னு
சொல்லிட்டு தூங்குச்சு

விடிஞ்சு பாத்தா...
வெறகு கட்டையா
விட்டத்த வெறிச்சபடி
எங்கள பெத்து அனாதயா...
விட்டுட்டு போயிருச்சு...

“ஏ...ஆத்தா...

நான்.. என்ன செய்வே” னு
எனக்கு சொல்லி அழுற வயசு
அதுங்கூட தெரியாத வயசு எந்தம்பிக்கு..

“வண்டி புடிச்சு பாடிய தூக்கிட்டு ஊருக்குப் போங்கப்பா”
னு
வார்டு பாய் சொல்றாரு..

வண்டி புடிக்கணுமா...
உசுருள்ள மனுசன ஏத்துற பஸ் டிக்கட்டே
பகன்வெலையாயிருச்சு
பொணத் தேத்துர வண்டிக்கு வாடக
வைர வெலை சொல்வாங்களே..
தலையில இடி விழுந்து
தரை சாயுற வேளையில
அடியில அனல் புடிச்ச
அத்தி மரக்கதையா

கடைத் தெருவுக்குப் போனேன்
கண்டுக்கவே ஆளில்ல
தெரிஞ்சவுங்க முகம் தேடி
பஸ்டாண்டுக்கு ஓடுனேன்
நின்னிருந்த வண்டியெல்லாம்
நெலம சொல்லி கூப்பிட்டேன்
சின்னப் பயனு
சிரிக்கத் தான் செஞ்சாங்க...

அம்மா... தாய்மாரே
அய்யா... துரைமாரே
செத்துப் போன பெத்தவள தூக்கிப் போட...
உங்களால முடிஞ்சத உதவுங்களேன்
O

21. கோடிப்படை உனக்கு...

"வீரம் மட்டுமே உனது எதிரியையும்
உன்னை மெச்ச வைக்கும்"
உன் வரிகளுக்கு நீயே
சரியாகிப் போனாய்....

கடவுளோடு உன்னை கண்டிப்பாய் ஒப்பிட முடியாது
அந்த முருகன் கூட
அன்னை வயிற்றில் பிறக்கவில்லை

நீ பிறந்தாய்....
மண்ணோடும் மக்களோடும் வளர்ந்தாய்...
கோடி மனக்கோவில்களில்
குடிகொண்டாய் இறையாக....

அறுபடை தான் அவனுக்கு
ஒவ்வொரு துடிக்கும் இதயமும் கோவில்
கோடிப்படை உனக்கு....
கடவுளையும் கடந்தாய் நீ....

ஆயிரம் போலி முகம்
அன்றாடம் வெளிக்காட்டும்
மந்தைகள் மத்தியில் என்
தேசத் தந்தையே
உன்னால் மட்டும் எப்படி
உண்மை முகத்தோடு
உழைக்க முடிந்தது ஊருக்கு,

ராமன் கூட வாலியை
மறைந்திருந்தே வதம் செய்தான்
அதிகாரப் போலிகளை
நேர் நின்றே நெஞ்சைக் கிழித்தாய்...!

கவுன்சிலர்கள் கூட
கணவான்களாய் வாழ்ந்த காலத்தில்
பிறவி ஜமீன் நீ ஒரு
சித்தனாக வாழ்ந்து போனாய்...

அணுகுண்டுக்கு பயந்த ஆங்கிலேயன்
அடுத்து உன் குரலுக்கு பயந்தான்
அவன் கூட உன்னை
அவம் சொல்லி அடைக்க வில்லை,

உன் விரல் பிடித்து உயரம் கண்டவர்கள்
பொய்யாய் ஒரு புகார் சொல்லி
புகழ் கெடுத்தார்கள்
குருடன் கூட உன்னைக்
குற்றவாளி என்பானா...?
அரசியல் திருடர்கள்
அப்படிச் சொன்னார்கள்,

பீரங்கியோடு வந்த பரங்கியரையும் பார்த்தவன் நீ...
ஈட்டியோடு எதிரே எத்தனை பேர் வந்தாலும்
இமைக்க மாட்டாய்
இழி சொல் வருமெனத்தான்
இடிந்து போயிருப்பாய்...!

கவலை விடு,
அரசியலில் சிலர் பிழைத்தார்கள் நீ
நீடித்து நிலைத்தாய்...!

உனக்குத் தெரியுமா...?
இன்றும் உன் பெயரால் தான் இங்கு
அரசும் அரசியலும் நடக்கிறது
சூரியனை சுற்றித்தானே
உலகம் வலம் வரும்,

புன்னகைக்காதே திருமகனே...!
புரிகிறது எனக்கும்...

பிறந்த நாள் வாழ்த்துக்கள்.
○

22. எப்ப வரப் போற...?

காத்துல காதலச் சொல்லி உங்
காதோரம் அனுப்பி வச்சேன்...!

தூதுவந்த காத்துகிட்ட நீ
ஏது சொல்லிப் போனாயோ...?

வெந்து மனசொடிஞ்சு
வேலியெல்லாம் கிழிபட்டு
எந்தூருப்பாறையில
மோதியது மாண்டுச்சோ....?

கண்ணு தொறக்காத கருக்கலுப் பொழுது அது...!
விடிஞ்சும் விடியாத வெண்ணிருட்டுக் காலமது...!

வந்த கனவையெல்லாம் உனக்கு
வரிசையா அனுப்பி வச்சேன்
எம் மனச அதுல எழுத்தா எழுதி வச்சேன்
கல்லான உம்மனசு பழுத்தா பறிச்சுவான்னேன்...!

காலையில போன கனா
மறுநாளு திரும்பி வந்து
மாலை மாலையா கண்ணீர
மடை திறந்து கொட்டுதுடி....

நாள் முழுக்க கால்கடுக்க
காத்திருந்த கனவு... நீ

உறக்கத்துல விடலையின்னு
ஒப்பாரி வளக்குதுடி....!

அழிஞ்ச கம்மாயில அயிர மீனாட்டம்
துள்ளுற உங்கண்ணு... ...
தூரமா என்னைக் கண்டு
தூங்கிருதே என்ன சொல்ல...

உழுத புழுதி..

ஓடஞ்ச வளவி...
ஊரணிக் கிணறு...
ஊஞ்சக் கயறு...
உன்ன நெனக்கச் சொல்லி
என்னைப்பணிக்குதுடி....

நீ... நடந்த தடத்துல
நட்டு வச்ச செவ்வந்தி
மலர்ந்து காத்துருக்கு...
என்னோட மனசுந்தான்...!

எப்ப வரப் போற...?
தொட்டுப்பறிச்சு சூடிக் கொள்ள....
○

23. இப்படியும் சிலர்...

பசிக்கழும் குழந்தைக்குப்
பால் இல்லை
படுக்கை தனியே போடாத
தந்தை...

மகனைத்
தனியார் ஆங்கிலப் பள்ளிக்கு
அனுப்பி வைத்துவிட்டு
அரசுப் பள்ளி நோக்கி ஆசிரியர்...

குளித்து நனைத்து விட்டு
உலர வைக்கிறாள்
முந்தானை மாற்றிக் கட்டி
நெசவாளி மனைவி...

ஊரு ண்ண உழைத்தவன்
உருப்பட வழியில்லை
பூச்சிக் கொள்ளிடப்பா மூடியை
வெறித்துப் பார்க்கும் விவசாயி...

*காந்தி படத்தை
பணத்தில் அச்சிட்டது யார் ?
யாரைப் பார்த்தாலும் சிரிக்கிறார்...
காந்தியை மாற்றுங்கள்
முடியாதென்றால்
சிரிப்பை நிறுத்துங்கள்
கையூட்டின் போது
கண் கூசுகிறது
அதிகாரிகள்.*

*ஓசியில் ஏசியில்
ஒய்யாரமாய் டாட்டா காட்டும்
ஏழை பங்காளர்கள்
கரை வேட்டிகள்*

*ஐந்து வருடம் தேவையா
மாத மாதம் கூடாதா
தேர்தல் எதிர்நோக்கி
எப்போதும் பொதுமக்கள்...*

*விரைவில் இந்தியா வல்லரசாகும்
ஆள்வோரும்
ஜால்ராவும்
இப்படியும் சிலர்....*
O

24. நீயே... வா... நதியே...

ஊரோரம் குடிச
உருவம் கரைஞ்ச மனுசன்
பொண்டாட்டி ஒன்னு
புள்ளைக மூணு

வத்தலா மாடு ரெண்டு
கொளுதேஞ்ச கலப்ப பூட்டி
கருக்கலுல எழுந்து போறான்
கழனி உழுது வர...

போன வருசம் குறுவைக்கு
பொட்டப் புள்ள கொளுசவித்து
வெதச்சதெல்லாம் மொளச்சது
வெதச்சமனசு சிரிச்சது

மழையும் பெய்யல...
மதகுல ஈரமில்ல..

பாலுக்கு வழியில்லாம
பட்டினியில செத்துப் போற
பச்சப்புள்ள போல
பயிரெல்லாம் போச்சு...

பொண்டாட்டி தாலிய வித்து
பொசக்கெட்டப் பய
நாத்து வாங்கி நட்டான்
மறுபடி சம்பா சாகுபடி

ஆத்தால எழந்த
ஆம்பள துணையில்லாத
நெறமாச கர்ப்பிணி...
சோத்துக்கு வழியில்லாம
தூக்குல தொங்குன கதைய...

ஏறக்குறைய இவனப் போல
மாண்டு சுருங்கிருச்சு
பொதியில பயிரெல்லாம்

மழையும் பெய்யல...
மதகுல ஈரமில்ல

இப்ப
நூத்துக்குப் பத்துன்னு வட்டிக்கு வாங்கி...
வெதச்சது மொளச்சிருக்கு...
வெதச்ச மனசு சிரிச்சிருக்கு...
அடிக்குற வெயிலுக்கு
பத்து நாளுதாங்கும் பயிரோட உயிரு...

அணைய ஒடச்சு வருவியோ...
ஆகாயம் கிழிச்சு பொழிவியோ
மிச்சமிருக்குற இவன் உசுர காப்பாத்த
நீயே... வா... நதியே ...!
○

25. பதினேழு வருசம்....

ரேசன் அரிசி வாங்கி
தொட்டுக்க இருந்தும் இல்லாமலும்..
அரை வயித்த நெறைக்கிற
பாவப்பட்ட குடும்பத்துல என்னை
ஏம்படைச்ச கடவுளே.....?

முட்டையோட மத்தியானம் அரசுச் சோறு
போக வர பஸ் பாசு....
டவுசர் சட்டை செருப்பு கூட
இலவசமா கெடைக்குதுனு
என்னை அனுப்புனாங்க
கடலாடி ஐஸ்கூலுக்கு..

ஐயா...
ஏழை வீட்டுல தான்
எழுவாளா சரசுவதி...
பத்தூரு பய மக்க படிக்கிற வகுப்புல
நாந்தாங்க மொதமார்க்கு,

பன்னண்டாப்பு மட்டும் பாசுபண்ணு
எந்தலைத்தொலிய உரிச்சு வித்தாச்சும்
காலேசு படிக்கவப்பேன்னு
அப்பனும் உசுப்பேத்த...
பள்ளிக்கூடத்துல பாராட்டு சொல்ற மாதிரி
படிச்சேன்... பாசும் பண்ணேன்,
செத்துச் செத்து ஒழச்சு
சேத்து வச்ச காசெடுத்து

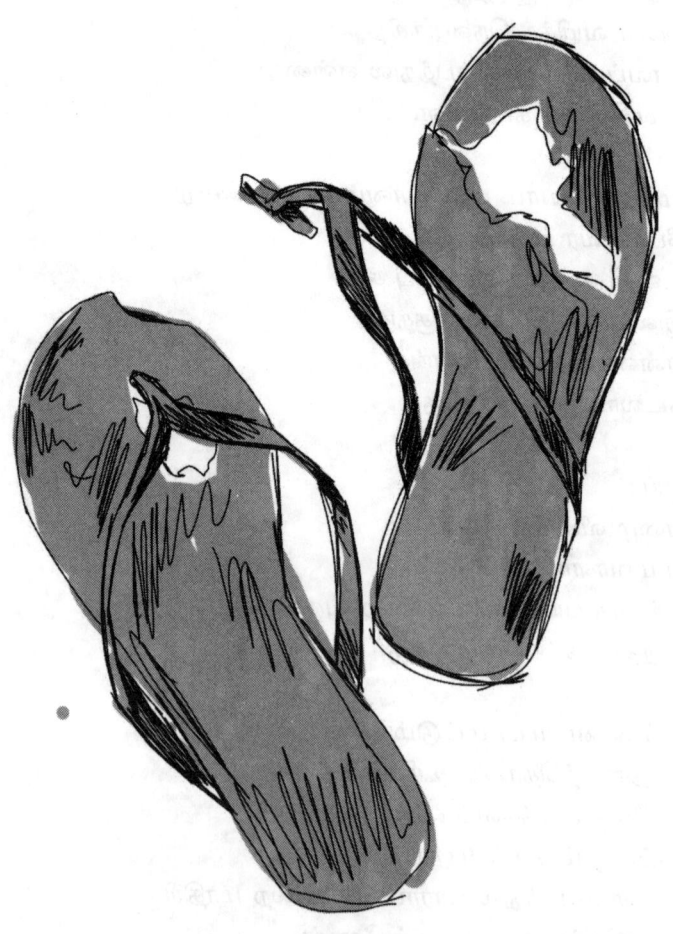

கையில ஸ்கேலோட... இஞ்சினியராகி
இந்த உலகை மட்டுமில்ல என் வாழ்வையும்
புதுசா வடிவமைக்கனும்ங்கிற
பெரிய கனவோட காலேசு போனேன்,

நாலரை வருசம்..... அஞ்சாச்சு,
முழுசாகி முட்டையிலருந்து... வர்ர...
குஞ்சு மாதிரி வெளியே வந்து பாத்தா...
அஞ்சுவட்டிக்குக் கடன் வாங்கி
படிச்ச படிப்புக்கு மாசம்
மூவாயிரம் தான் சம்பளமாம்...

எத்தனை கம்பெனி...
செருப்பு பிஞ்சதுதான் மிச்சம்.
ஊருக்கு வந்தேன்
என்னை நெனச்சே எங்கப்பன் படுத்துட்டாரு...
அம்மாவோட கூலிய நம்பி வயிறு...

வீணாப்போச்சு... பதினேழு வருசம்....
மாடு மேச்சிருந்தா பண்ணக்காரனாயிருப்பேன்...

எனக்கொரு சந்தேகம்...
MLA, MP கள தேவைப்படுற அளவுக்கு
போதும்னு சொல்ற அரசாங்கம்
இஞ்சினியர் காலேசு மட்டும்
இத்தன தெறந்து விட்டுருக்கு
எங்கேயோ இடிக்குதே....?

பனியன் கம்பெனியில வேலை பார்க்குற
கல்லூரித் தோழன் வரச் சொல்லியிருக்கான்
காலையில கௌம்பி மொத பஸ்ச புடிக்க
தூங்கப் போறேன் நேரமாச்சு...

திருப்பூர் போகணும்...
○